जीव झाला मोगरा

भूषण सुनील मोहित

Copyright © Bhushan Sunil Mohit
All Rights Reserved.

This book has been published with all efforts taken to make the material error-free after the consent of the author. However, the author and the publisher do not assume and hereby disclaim any liability to any party for any loss, damage, or disruption caused by errors or omissions, whether such errors or omissions result from negligence, accident, or any other cause.

While every effort has been made to avoid any mistake or omission, this publication is being sold on the condition and understanding that neither the author nor the publishers or printers would be liable in any manner to any person by reason of any mistake or omission in this publication or for any action taken or omitted to be taken or advice rendered or accepted on the basis of this work. For any defect in printing or binding the publishers will be liable only to replace the defective copy by another copy of this work then available.

अनुक्रमणिका

अनुक्रमणिका

लेखका बद्दल

मी भूषण सुनील मोहित जन्म 04 फेब्रुवारी 1997

"जीव झाला मोगरा" हा माझा पहिला काव्यसंग्र प्रकाशित होतोय, या कविता काल्पनिक आहेत, शब्दातून मांडत मनातल्या भवनातून रिक्त होणाऱ्या, प्रथम पहिला काव्य संग्रह प्रकाशित झालं तेव्हा पासून आजपर्यंत,मनातल्या विचारणाची, शाब्दिक शब्दांची दुनिया वाढतच गेली, आपल्या आयुष्यात येणारी कोणतीही व्यक्ती, साथ शेवटपर्यंत देईल असे वचन देऊन एखादी व्यक्ती तुम्हाला विसरून जाते, तेव्हा थोडं थांबून, राग दुःख व्यक्त करून तेच वचन देणारी दुसरी व्यक्ती शोध, कारण वाहत्या नदीने पुलाची नाही तर किनाऱ्याची काळजी करायची असते.

आपले मनातले विचार अनुभवातून समृद्ध होत जाते,त्यातला मी पणा सरतो, आपले जीवन एक देणगी आहे, सगळ्या भैतिक गोष्टी क्षणिकआनंद देणाऱ्या असतात, खरे जीवन माणसांना जोडणं एकमेकांबरोबर काही क्षण शेर करण ....

कवितेबद्दल

"जीव झाला मोगरा", हा माझा दुसरा काव्यसंग्रह प्रकाशित होत आहे, या कवितांन मध्ये खऱ्या प्रेमाची एक नवी सुरवात, नव्या अर्थात,शब्दांच्या स्वरूपात, मी व्यक्त केलं आहे, प्रेम हे पुरमपोळी च्या जेवणासारखं असावं, होण्यासाठी खूप वेळ लागतो, पण चव आयुष्यभर मनात घर करून राहते, प्रेमाच्या त्या खऱ्या आयुष्यात, फाटलेली नाती शिवायला शहाणपणची सुई आणि समजूतदारपणा धागा असावा, बोलायला गेलात तर प्रेम म्हणजे? सोप्या भाषेत समर्पण, ना कि दुसऱ्यावच्या स्वातंत्रावर आक्रमण, कधी कधी, आपल्याला सोडून गेलेली आवडती व्यक्ती, तिच्या आठवणी नेहमी दुःख आणि वेदना देतात, पण दोष त्या आठवणींचा नसतो, तर हा दोष असतो त्या व्यक्तीच्या विरहाचा,
'काहीहि झालं तरी मी असेंल सोबत' जिवलगाच्या एका वाक्याने जीव मोगरा होऊन जातो. हा दुसरा कविता संग्रह नकीच तुम्हाला आवडेल.

1. तुला सांगायला कधी जमलंच नाही मला

आज सांगू उद्या सांगू
सांगताच नाही आलेलं
भाव हा प्रीतीचा
हृदयात मुरलेला
कस सांगू तुला
कधी जमलंच नाही मला
लटका अबोला धरायला

लटक्या तुझ्या रागाला
निमित्त असते
अबोला धरायला
असतो तो एक बहाणा
तिची आवड जोपासायला

नात्याच्या चौकटित
बांधून घेतो स्वतःला
इथे प्रत्येक माणसू चुकतो
मग दोष द्याचा तरी कोणाला
तसंही वेदनेचा तळ
दिसत नाही कोणाला
ते तुला सांगायला
कधी जमलंच नाही मला

कवी : भूषण मोहित

• 2 •

2. असंच असत काही

मनात साठलंय खूप काही
पण मनाची जळमटे
बाहेर काढता येत नाही
हरवून जातो एकटेपनात
पण जोडलेल्या काही नात्यांना
झटक्यात तोडता येत नाही

मी पणा वाहत जातो
हंकाराच्या डोहात
पण जगण्याचे संकेत मिळत नाही
आठवणीत नेहमी वाहत रहावं
पण सोहळे ऋतूचे प्रेमात वाहत नाही

वेदनेचा दाह साचलेला
दिसतो देहात
पण काहींना त्याचा फरक पडत नाही
प्रेमाचं आणि कळीच
अगदी तसंच असत
कळी कोमजता गंधाळणे सोडत नाही ......

कवी: भूषण मोहित

3. चंद्र नित्य दिसावा

ओंजळीत माझ्या
चंद्र नित्य दिसावा
पुनवेचा सांज अलवार
त्यावर सजवा

लपण्यास त्यास
मेघपदर नसावा
मिठीत घ्याव
दूरवरचा विसावा

तुझे बहाणे
लुप्त होते जीवन गाणे
मुश्किल करते
तुझे तराणे

माझे जिणे
जणू क्षणात उणे
नशिबी उतरते
केवळ तुझे झुरणे

कवी : भूषण मोहित

4. आठवणींचा ओलावा

आठवणींचा ओलावा
नाहक छळतो मनाला
या एकांताचा क्षणात
नाही कोणी सोबतीला

तू नित्य वाहत रहा
मनाच्या त्या डोहात
निरंतर पुन्हा भेटायचं
मिलनाची आतुरता दोन्ही कडून असावी
ते तुला कधी समजायचं

तू रंगवते कधी मनाचे क्षितीज
आणि मी रंगून जातो तुझ्या मिठीत
हळुवार खुलते कळी
माझ्या मनाचे इंद्रधनुष्य
पुन्हा रंगते आभाळी

तुझ्या प्रीतीचा वर्षाव
असाच बरसु दे
मोहरत्या क्षणा क्षणाला
अन झाकून ठेव मनातल्या
ओल्या आठवणीला

कवी : भूषण मोहित

5. तुझा चेहरा दिसावा

मन उदास
त्यात लांबचा प्रवास
विरहाचा तुझा सहवास तिथे नसावा
मनास नित्य वाटते
तिथे तुझा चेहरा दिसावा

हरवलेल्या स्वप्नांत
रणरणत्या मनात
जणू तुझ्या प्रेमाचा ओलावा भासावा
तिला सावलीचा मागमूस नसावा
मनाने तुझाच शोध घ्यावा
अन तिथे तुझा चेहरा दिसावा

काटेरी मार्गात
काळ्याकुट अंधारात
काजव्यांचा पाऊस दाटून यावा
माझ्या खुल्या नेत्री
तुझा चेहरा दिसावा

तुझ्या माझ्या संसारात
आयुष्याच्या उंबऱ्यात
परतीचा पाऊस नसावा
उधाणलेल्या मनाने

तुझाच किनारा गाठावा
अन तिथे तुझाच चेहरा दिसावा

कवी : भूषण मोहित

6. एकांत

आपल्या मनाशी
आपलेच वाद होतात
आठवणींचे हलके भास
नकळत उमटतात

मनातल्या त्या चुकांना
आपणंच प्रश्न करतो
मनाच्या त्या अदृश्य न्यायालयात
न्यायाधीश सुद्धा आपणच असतो

मनाच्या त्या तळघरात
आठवणींच गाठोडं
नकळत उघडतो
नको असलेला एकांत
आपल्याच वाटेला येतो

कवी : भूषण मोहित

7. ती संजावेळ

ती सांजवेळ
नव्या रंगात
नवे रंग भरून येते
रंगून तिच्या रंगात
कतरवेळ रंगून जाते

ती क्षणभुंगर ठेवते नेहमी
क्षितिजाचे ते मिलन
अन गडद त्या अंधारात
नकळत होते तिचे विलन

रात्र तशीच वैरीण होते
जरी चांदण्याची मैफिल सजते
स्वप्नं उराशी घेऊन
पण अवस जणू प्रारब्ध होते

कवी : भूषण मोहित

8. आठवणीतला पाऊस मी

अचानक येते तू
कधी आठवण बनून
कधी सावली बनून
तर कधी पावसाची सर बनून

हृदयाच्या छोट्या ओंजळीत
रिते मन भरत नाही
वेदनांचे हुंदके
हल्ली मनातही उतरत नाही

तू येते समोर
तुझ्या प्रीतीचे तुषार अंगावर बिलगतात
तुझा स्पर्श
गोड रोमांच फुलवतो
अन आठवणीत तुझ्या
मंद गंधाळतो

अचानक निघून जातेस
कधी आठवण बनून
कधी सावली बनून
तर कधी पवसाची सर बनून

किती वेळ निघून जातो आणि

मी तिथेच रेंगाळत रहातो
तुझ्या आठवणीतला पाऊस मी
रिते रिते गळत रहातो

कवी : भूषण मोहित

९. तुझा स्पर्श

तुझा स्पर्श
हळुवार स्पर्शून गेला
माझ्या तल्लीन मनाला
नकळत हर्षुन गेला

अधीर मन जरासे
तिचा चेहरा पाहून गेला
तिच्या मनाचा होकार
नजरेत सांगून गेला

हृदयाचा ठोका
नकळत वाढू लागला
तुझ्या नजरेचा कटाक्ष
सीमा लांघून गेला

तोच सुंदर चेहरा
पुन्हा स्वप्नात येऊ लागला
भाव मैफिलीचा त्यावर
रंगून गेला
तुझा स्पर्श
हळुवार स्पर्शून गेला

कवी : भूषण मोहित

10. तुझ्या असण्याने

तुझ्या असण्याने
भाव मनाचे मनी गहिवरले
तुझ्या असण्याने
काहूर तुझ्या प्रीतीचे
मानत रुजले

तुझ्या असण्याने
रंगतात खेळ चंद्र तारकांचे
तुझ्या असण्याने
बंध जुळते रेशमांचे

तुझ्या असण्याने
फुलतात फुलोरे मनाचे
तुझ्या असण्याने
खुलते चांदणे आशकांचे

तुझ्या असण्याने
सळतात आठवणींचे बहाणे
तुझ्या असण्याने
नांदतात सुखाचे चांदणे

कवी : भूषण मोहित

11. तुझ्या आठवणी

तुझ्या आठवणी
कधी हसवतात
कधी फसवतात
तर कधी टचकन
डोळ्यात पाणी भरतात

तुझ्या आठवणी
आनंदाच्या क्षणावर
दुःखाचं सावट घालतात
मनाच्या डोहात नित्य
खेळात रहातात

तुझ्या आठवणींच
कारण तरी काय
सुखाच्या आशेवर भारी पडते
सुखाच्या त्या वाटेवर पाणी अडते

प्रेम करणारा कधी ना निघून जातो
पण आठवणी पाट सोडत नाही
जन्मांच्या ऋणानुबंधाचे चित्र
तसे कोणीही खोडत नाही

12. तुझ्या माझ्या मनातले

तुझ्या माझ्या मनातले
बोलू आपण काही
काय? बोलणार प्रेमावर
खरे प्रेम आजवर
कोणाला कळेच नाही.......

मन म्हणते
इतरांच सोड, तुझं बोल
तुला हि कलतय
खऱ्या प्रेमाच मोल

तीन चार दिवसाच्या प्रेमासाठी
किती तांडव करतोस
लपलेल्या आई वडिलांच्या प्रेमास
एका क्षणात विसरतोस

स्वार्थ म्हणजे प्रेम नाही
आकर्षणात ते कळत नाही
हृदयी प्रेम रुजवावे लागते
ते मागून कधी मिळत नाही

करत रहावे प्रेम
प्रेम दिल्याने प्रेम वाढते

बोल आपल्या मनाचे
खरे ते अनमोल वाटते

कवी : भूषण मोहित

13. तुझे आगमन

होते तुझे आगमन
फुललेल्या ओल्या मनात
खेळत रहाते क्षण क्षणात
वेड्या आठवणींच्या डोहात

धुंद प्रीतीच्या लहरीवर
मन बावरे होते चंचल
मोहक तुझ्या अदावर
खुलते मनाची मखमल

लोभस तव हास्य तुझे
भावनांचे गुंज मुक्त करते
मौन नजरते दिसणारे प्रेम तुझे
वेड्या मनास भाळते

कवी : भूषण मोहित

14. तू भेटलीस नव्याने

तू भेटलीस नव्याने
फुलले जीवन गाणे
सुरांच्या सुरावटिने
सजले नवे तराणे

तुझ्या माझ्या प्रेमात
नुरले भान स्वतःचे
मी गीत रचले
तुझ्या स्वागताचे

तुझ्या माझ्या नात्यात
आलाफ सजत गेला
तुझ्या त्या संसारात
मन रंगत गेला

साताजन्माच्या संगी
तुझ्यात एकरूप झालो
तू उधळलेस मोती
मी झेलीत चिंब न्हालो

15. दिवाना

रिमझिम नाऱ्या सरीत
तिला भिजताना पाहून
मी माझे पण हरवून जातो
बरसणाऱ्या पावसाचा एक एक थेंब
तिच्या देहावर रेंगाळतो
अन तिला पाहता
मी पाऊस होऊन जातो

येडावत मन माज
पाहून तीच
भिजलेलं निशिकांत
असूया माझ्या मनाची
भारावते भ्रांत
काय ? असावं
तीच आणि पावसाचं नातं

मी कोरडाच रहातो
मनाच्या डोहात
अलवार त्या मैफिलीत
पकडते माझा हात
गंध पसरतो खुल्या त्या आसमंतात
अन त्यात भिजून जातो
आपल्या दोन मानाचं एकांत

पाऊस जाता जाता
देऊन गेला
मोहक इंद्रधनुचा नजराणा
मी नेहमी तिला सावरत राहिलो
बनून तिचा एक दिवाना

कवी : भूषण मोहित

16. दुरावलेल्या नात्याची वीण

दुरावलेल्या नात्याची वीण
पुन्हा एक होईल
मला वाटत नाही कारण
दूर भासणार आकाशाचे मिलन
प्रत्यक्ष कधी घडत नाही

पावसा मध्ये दिसणार
इंद्रधनुष्याचे सात रंग
डोळ्यांना सुखावणार जरी असलं
तरी ते क्षण भुंगर असते
ते हि विसरता येत नाही
चांदण्याची रंगत
मिटल्या डोळ्यांनी दिसत नाही

प्रेमात पडल्याशिवाय
प्रेमाचा खरा अर्थ
अनुभवल्याशिवा कळत नाही
ओलावा रुजणारी लाट
पाऊलखुणा पुसून दूर जाते
हतबल पाहण्याशिवाय
हातात काहीच उरत नाही

17. नादावनारी प्रीत

कास सांगू तुला
पावसाचं येणे तस
आठवणींचं येन नसतं
आठवणीत रमणाऱ्या प्रेमात
जणू पावसाचं बरसन असत

समजून घेशील तेव्हा कळेल तुला
नदीचा आवेग काय असतो
तिला सामावून घेण्यासाठी
सागरही तितकाच आतुर असतो

नात्याची सुंदरता
क्षणा क्षणात खऱ्या प्रेमात
वाढत जाते
मनाच्या त्या सुंदरतेत
देहभान हरवून जाते

भिजून बघ एकदा
खऱ्या प्रेमाच्या अनुभूतीत
श्वासात गंध भरून
ओठी फुलेल गीत
तेव्हा उमजेल तुला
खरी नादावनारी प्रीत

18. पाऊस

तो येतो अन बरसतो
जुन्या आठवणींना
नव्याने जागवतो
अंतरी ओलावा
नित्य रुजून रहातो

तो नसतो कधी तेव्हा
आठवणीस मनाचे रेंगाळणे होते
त्याचे बारसने चालू झाले तरी
डोळ्यात पाझर फुटत रहाते

त्याची रिमझिम हि
कधी बेधुंद करून जाते
तुझ्या नी माझ्या मानत
पावसाचे बरसने
आठवणीत कायम रहाते

कवी : भूषण मोहित

19. प्रेम

प्रेम बदलले तरी
भाव मनीचे तसेच रहाते
घटकेत बदलणारे
प्रेम अर्थ हीन नसते

नाते रक्ताचे असो मनातले
निभावण्याची खरी मानसिकता हवी असते
स्वार्थाचे पलीकडे जाऊन
ते कधीच मिळत नसते

तारुण्याच्या मैफिलीत
प्रेमाची नशा चढत असते
भेटणं न भेटणं हे
आपल्या नशिबात नसते

किती वादळे येतील
पण मन त्यात भक्कम उभे रहाते
प्रेम यालाच म्हणतात मित्रांनो
ते कोणा कोणासमोर झुकते

कवी : भूषण मोहित

20. प्रेमाचे संभ्रमित कोडे

प्रेमाचे संभ्रमित कोडे
मज अजूनही न समजले
मन होते आतुर वेडे बावरे
बस इतकेच समजले

रात्र स्वप्नात जागते
स्वप्नात तुझे भास होते
ते नित्य छळू लागते
अन त्या वाटेवर पाऊल
नकळत वळू लागते

तू नसता समोर कधी
मन नकळत हुरवूरते
त्या शब्दांच्या ओळीत
मन नकळत वाहू लागते

हजारो माणसांच्या गर्दीत
मन एकटेच हरवते
किती मनाचे मनोरे रचले
तरी मन क्षणतात तिच्या आठवणीत अडकते

मी केले प्रश्न मनात
पण उत्तर ना सापडले

प्रेमाचे संभ्रमित कोडे
मज अजूनही न समजले

21. फुलाची जळमट

दुरूनच पाहत होत तुला
माझ्या गुलाबाच्या फुलास
झुलत होते मन तुझ्या भोवती
हसत दिलखुलास

फिरत होतो फुलपाखरा सारखा
तुझ्याच अवती भोवती
वाहत होता वारा मंद धुंद
उमलत होती हळुवार पाकळी
दरवळत गंध सुगंध

उमलत्या कळीला
उतरला वाऱ्याचा छंद
वाऱ्याच्या मानत होता
फुलाचा मकरंद

वारा बेधुंद झाला
क्षणात विसावला
पाकळी हळुवार विखुरली
क्षणात चुरगळेले फुलाला

वारा झाला शांत
आपली दिशा त्याने बदलली

मनाची जळमट
फुलाच्या माथी
कायम चिकटवली

• 29 •

कवी : भूषण मोहित

22. मन कि बात

मन कि बात
मन मै छुप जाती है
पर इश्क छुपाये नही छुपता
तुझे देखकर,सामने आ हि जाता है||

तुम लाख छुपाओ
मगर कभी ना कभी
आंखो से बया हो हि जाता है||

बया होने के लिए
तेरे दिल मे,कुछ होना भी चाहिए
दोनो के दिल में
प्यार बसाना भी चाहिए||

अब जो मिला है
उसको सँभालकर रखना है ||
टुटे आरमानों का
तडप हि आखरी गहना है ||

कवी : भूषण मोहित

23. मनाचे संकेत

नकळत भेटतेस वाटेवर
नजरेने बोलून जातेस
मौनातल्या त्या प्रश्नाला
अबोल्यात टाळतेस

तुझे असे वागणे
मला हि पटत नाही
तुझ्याविना माझ्या कवितांना
शब्दही फुटत नाही

पण आता मला कळतंय
तू माझ्यावर भाळतेस
दूर निघून जाताना
हळूच वळून मागे पाहतेस

अबोल मनाचे संकेत
नजरेत मला दिसले
प्रेमाचे नवे तराणे
तिच्या डोळ्यात सजले

कवी : भूषण मोहित

24. माझ्या मनाचा पाऊस

माझ्या मनाचा पाऊस
तुझ्या वाटेवर रेंगाळला
तुझ्या आठवणींचा
एक एक थेंब
गालावर ओघळला

तिला चिंब भिजताना पाहून
देह भान हरपून जातो
माझ्या मानाचा पाऊस
नित्य तिच्या वाटेवर रेंगाळतो

चिंब भिजते तिचे निशिकांत
वाहून जाते आठवणींची भ्रांत
माझ्या मनाशी काय? असावं
तिचं आणि पावसाचं नातं

कवी : भूषण मोहित

25. माझ्यातली ती

आज तीला म्हणालो
तुझ्याविना जीवन माझं अधुरं
जणू ओठी रेंगाळणार
आयुष्याचं जीवन गाणं
तुझ्या जवळ असणार

तुझ्या नसण्याने
अधुरे पण नक्की काय असते
केवळ तुझ्या असण्याने
ते दूर निघून जाते

तुझ्या त्या दुराव्याला
प्रेमाची शंका वाढते
कळणार नाही तुला कधी
माझे मन तुझ्याच भोवती फिरते

अधुऱ्या मनाची
प्रीत निराळी मानत अवलोकन करते
तुझ्या आठवणींच्या एकांतात वाहते
त्या असंख्य विचारांच्या वादळात
मन खायला उठते

26. लपंडाव

रोजच्या तुझ्या भेटीत
तुला पहिल्याविना
मनही हल्ली भरत नाही
तू निघून जात अवचित
स्वप्नातली रात्र सुद्धा टळत नाही

तुझ्या लपंडावाच्या खेळात
राज्य नेहमी माझ्यावर येतो
तुला शोधाता शोधता
चंद्र सुद्धा रातीचा जागर करतो

तू लुप्त होते ढगा आड
माझे मुश्किल जगणे होते
वारा मनात बोचत राहतो
अन डोळ्यातून दविंदूचे ओळघळणे येते

आता पुरे झाले लपंडाव
किती करावे मनाचे सायास
माझ्या मनातली भूमिका
येते नव्याने उदयास

कवी : भूषण मोहित

27. लाजाळूचं रोपटं

मनाच्या
कुशीत
दडलंय लाजाळूचं इवलं रोपटं
बहरत होत वाऱ्यावर
पहिल्या नजरेत विसावलं
अन चित्त न राहिले थाऱ्यावर

स्पर्श करता
लाजते अवचित
बदलते तिचे वर्ण
मोहरत्या एका क्षणात

उमगले मला
स्पर्श तुझ्या मिठीतला
नकळत स्पर्शून गेला
मग प्रश्न मनास पडला
कस जमत तिला
स्पर्श करता अवचित लाजायला

कवी : भूषण मोहित

28. वो यादे थी

वो यादे थी
पुरानी
पर अभी नही
ऐसा नहीं
कि कभी नही ||

यह सच है
कि अब तू नही
तू नही
तो कोई और सही ||

क्यो कि
कोही किसी किलीए
रुकता नही
रुक जाए वो
उसकी ज़िन्दगी सही ||

अपना कभी भी
जाता नही
और जो चला गया
वो अपना नही ||

29. होळीच्या सणाला

ती आली होळीच्या सणाला
तिने हसत रंग लावला गालाला
तिचा तो स्पर्श एक वर्षाने अनुभवला
तिच्या त्या स्पर्शाने मनही सुखावला

विचारले तिने मला
लावणार नाहीस का रंग मला
तुझा तो उसाह कुठे हरवला
किती आतुर दिसायचा रंगवण्यास मला

मी हसलो आणि म्हणालो
कळलंच नाही रंग कधी निसटून गेला
उसाह मनातून हरवून बसला
बहुतेक तुझ्या सोबत तो हि निघून गेला

तुझा एक एक क्षण
तुझा एक एक रंग
आजून हि मनात जपला
तुझ्या खऱ्या प्रेमाचं रंग
अजूनही रंगवतो मला

असच होत प्रत्येक होळीच्या सणाला

कवी : भूषण मोहित

38

30. शृंगार

मायेचा शृंगार
तुझ्या देहावर सजला
तल्लीन मनाचा देह
त्यावर अलगद विसावला

लिपस्टिक हास्याची
जरा ओठांना लाव
रंगलेल्या ओठांनी
घे भावुक मनाचा ठाव

आपुलकीचा काजल
जरा डोळ्यांना लाव
त्यात पाहतोय मी
माझ्या स्वप्नांचा गाव

लेवून बघ सखे
नव्या प्रीतीचा प्रभाव
समजून घे सखे
माझ्या मनातले मैन भाव

कवी : भूषण मोहित

अध्याय 31

विचारांची अनुभवानि समृद्ध होऊन जातो, मी पणा सरतो,
जीवन म्हणजे आपल्यासाठी देणगी आहे,
सगळ्या भैतिक गोष्टी क्षणीक आनंद देणाऱ्या असतात,
खरं जीवन माणसं जोडणं आणि एकमेकान बरोबर काही
क्षण शेर करणं .

प्रेम हे पुरणपोळीच्या जेवणासारखं असावं, होण्यासाठी खूप
वेळ लागतो, पण चव आयुष्यभर मनात घर करून रहाते
नाहीतर आजकालचे प्रेम इन्स्टंट मॅग्गी 2 मिनिट झालं कधी
संपलं कधी काळातही नाही.

आपल्या   आयुष्यातली   फाटलेली   नाती   शिवायला
शहाणपणाची सुई आणि समजूतदारपणाचा धागा आवश्यक
असावा

तसं म्हणजे प्रेम
सोप्या भाषेत म्हटलं तर समर्पण, ना कि दुसऱ्याच्या
स्वातंत्रावर आक्रमण

आपल्याला सोडून गेलेल्या जीवलगाच्या चांगल्या आठवणी
नेहमी दुःख आणि वेदना देतात. दोष त्या आठवणींचा
नसतो, तर हा दोष त्या व्यक्तीच्या विरहाचा

प्रेमाची खरी व्यख्या अनुभवातून आणि पुस्तकातून कळते......

काही हि झालं तरी मी असेल सोबत

जजीवलगाच्या ह्या एका व्याक्याने तुम्ही तुमच्या आयुष्यातील कोणतंही लढाई विश्वासाने लढू शकता......

साथ शेवटपर्यंत देईल असे वचन देऊन एखादी व्यक्ती, तुम्हाला विसरून जाते, तेव्हा थोडं थांबून, राग दुःख व्यक्त करून, तेच वचन देणारी दुसरी व्यक्ती शोधा, कारण वाहत्या नदीने नाही तर किनाऱ्यांची काळजी करायची असते.